TUYỂN TẬP NHẠC
HOÀNG ANH LƯƠNG

**TUYỂN TẬP NHẠC
HOÀNG ANH LƯƠNG**

Biên tập: Phan Trần Đức
Dàn trang: Phan Trần Đức & Huy Hoàng
Bìa: Uyên Nguyên Trần Triết
Nhân Ảnh Xuất Bản 2024
ISBN: 9798330536719

MỤC LỤC

Phạm Mạnh Cương – Trò Chuyện Với Nhạc Sĩ Hoàng Anh Tâm   10
Lê Dinh – Đôi Lời Giới Thiệu   11

NHẠC PHỔ THƠ

Ai Chờ Ai Mùa Thu	14
Ai Về Xứ Huế	16
Âm Thầm	18
Anh Đừng Khen Em	20
Anh Hứa Đi Anh	22
Bao Năm Qua	24
Bài Ca Gia Đình Cựu Giáo Chức	26
Biết Em Thủa Mười Lăm	28
Bâng Khuâng	30
Bói Vui Đầu Năm	31
Cây bàng Cuối Thu	32
Bóng Mờ	33
Chèo Ghe Trên Sông	34
Chiều Mưa Bay	35
Chợ Chờ	36
Cho Một Người	37
Chớm Sang Vị Hè	38
Chúc Mừng Năm Mới	40
Cô Hái Mơ	42
Có Một Người Đợi Tôi	44
Công Cha Nghĩa Mẹ	45
Dân Việt Oai Hùng	46
Dấu Bàn Chân Bỏ Quên	47
Đây Mùa Thu Tới	48
Đêm Buồn	50
Đêm Mưa Nhớ Bạn	52
Đêm nào Bằng Đêm Nay	54
Dọc Đường	55
Đôi Bờ	56
Đôi Ngả	58
Đổi Cả Thiên Thu Tiếng Mẹ Cười	60
Đôi Ta	61
Em Đi Chợ Về	62
Em Vẫn Như Ngày Xưa	64
Em Về Ngang Phố Nhỏ	65

Gặp Bạn	66
Gió Đánh, Gió Đập	68
Gió Thu	70
Giọt Tình Hồng	71
Hang Đá Bê Lem	72
Hành Khúc Tìm Tự Do	74
Hai Mùa Thu Đà Lạt	76
Hành Trình Về Phương Nam	77
Hẹn Về Với Huế	78
Hôn Nhau Lần Cuối	79
Khi Thu Rụng Lá	80
Khi Ta Đang Yêu	82
Kiếp Nào Có Yêu Nhau	83
Kiếp Sau	84
Kỷ Niệm Buồn	85
Lặng	86
Lưu Luyến	87
Lý Con Mèo Con Chuột	88
Mỗi Một Chiều Thu	93
Mưa Chiều nay	94
Mưa Hạ	96
Mùa Thu Trôi	98
Mùa Thu Nhớ	100
Mưa Xuân	102
Một Chiều Thu	104
Một Bước Đi	105
Một Mùa Đông	106
Một Ngày Ta xa Nhau	107
Mùa Thu	108
Mùa Xuân Của Anh	109
Mùa Xuân Qua Mau	110
Mừng Yêu	111
Mười Năm Nhớ Thương	112
Mỹ Tho Quê Tôi	113
Năm Năm Rồi Không Gặp	114
Năm Xưa Tôi Mất Mẹ	116
Nắng Mới	118
Nhớ Trường Xưa	120
Ngâm Thi	122
Ngập Ngừng	124
Những Mùa Đông Đến	126
Ngày Tôi Đi	128
Ngăn Cách	129
Ngày Đầu Tiên Đi Học	130
Nhớ Mẹ Năm Lụt	131

Nhớ Một Chiều Thu	132
Nhớ Nhung	133
Phượng Tím	134
Nhớ Về Đà Lạt	136
Quán Cà Phê Ngày Xưa	137
Sầu Xuân	138
Tết Đến Muôn Nhà	139
Theo Em	140
Thu Ly Hương	142
Tương Tư	144
Tết Về Giữa Mùa Đông	146
Thiết Tha	147
Tình Lặng	148
Tình Yêu	149
Việt nam Quê Hương Ta	150
Vui Họp Bạn	152
Về Thăm Mũi Né	154
Xa Em Rồi	156
Vạn Lý Tình	157
Xóm Vắng	158

NHẠC THIẾU NHI & NHẠC CỘNG ĐỒNG

Bắt Bướm	161
Cái Cò Cái Vạc Cái Nông	162
Bướm Gặp Ong	162
Bé Ngoa Đi Học	163
Bé Yêu	164
Búp Bê Của Em	165
Bói Vui	166
Chơi chuyền Banh	167
Chơi Bóng Chuyền	168
Chơi Đấu Gươm	169
Chời Kéo Dây	170
Chơi Kéo Dây	171
Chúng Ta Là Anh Em	172
Chuồn Chuồn, Cào Cào	173
Con Chim Sáo Sậu	174
Con Cóc Ngồi	175
Con Cò	176
Con Cò Què	177
Con Kiến Kiện Củ Khoai	178
Con Mèo Của Tôi	179

Con Trăn To	180
Con Ve Và Con Kiến	181
Con Voi To	182
Có Ai Bằng Em Đâu	183
Công Cha Nghĩa Mẹ	184
Cố Gắng Học	185
Đêm nào Bằng Đêm Nay	186
Cùng Múa Hát	187
Dân Làng Đón Tết	188
Dân Việt Oai Hùng	189
Đánh Tù Tì	190
Đầm Sen	191
Đến Đúng Giờ	192
Đi Cày	193
Đố Đáp Đúng	194
Đố Vui	195
Đừng Nói Dối Nói Xấu	196
Đường Đến Trường	197
Đường Đi Không Khó	198
Đường Gần Đường Xa	199
Em Học Toán	200
Em Yêu	201
Giờ Chơi	202
Hát bai Hai Bát	203
Hai Con Cò	204
Hát Tặng Một Bài	205
Hoan Hô	206
Hò Khoan Yêu Thưở	207
Hợp Quần Gây Sức Mạnh	208
Không Có Gì Khó	209
Kiến Trong Nhà cá Dưới Ao	210
Kỷ Niệm Tuổi Thơ	211
Làm Cho Xong Việc	212
Lên Thăm Chú Cuội	213
Lý Mèo & Con Chuột	214
Má Ơi Đừng Đánh Con Đau	216
Mâm Cơm Của Mẹ	217
Mừng Sinh Nhật	218
Mừng Tết Trung Thu	219
Nắm Cơm	220
Năng Tập Thể Thao	221
Nếu Cò Bắt Được Lươn	222
Nực Cười	223
Nước Non	224
Ơn Trời	225

Ở Sao Cho Vừa Lòng Người	226
Ô Kìa Các Con	227
Ông Lữ Vui Tánh	228
Ông Trời, Ông Trăng	229
Quạ Vui Với Bạn	230
Ra Đây Xem	231
Răng Trong Răng Trắng	232
Rùa Và Thỏ	233
Sấu, Rắn, Cáo…Ăn Cò	234
Tạm Biệt Nhau Hôm Nay	235
Tập Bơi	236
Tập Tầm Vông	237
Thăm Vườn Thú	238
Thằng Cuội Ngồi Gốc Cây Đa	239
Thú Đi Câu	240
Thú Vui	241
Tìm Bắt Kiến, Gián Dế	242
Tiếngs Dế Reo	244
Trăng Thu	245
Trâu Ơi Ta Bảo Trâu Này	246
Trời Mưa Thì Mặc Trời Mưa	247
Trời Sanh Trời Nuôi	248
Tuổi Thơ	249
Vào Đây Nghe	250
Về Thăm Trường Cũ	251
Việt Nam Của Ta	252
Vỗ Tay Đều	253
Vui Ca Bên Lửa Hồng	254
Vui Gặp Bạn	255
Vui Họp Mặt	256
Vui Lửa Trại	257
Vui Múa Hát	258
Vui Múa Tìm Bạn	259
Vui Mừng Gặp Bạn	260
Vui Tập Thể Thao	261

PHẠM MẠNH CƯƠNG
Trò chuyện "Thơ phổ nhạc"
với nhạc sĩ Hoàng Anh Lương

Nhạc sĩ Hoàng Anh Lương trao cho tôi xem một tuyển tập Thơ phổ Nhạc mà anh đã hoàn thành trong thời gian gần đây. Tuyển tập khoảng 50 ca khúc do anh phổ nhạc thơ của một số thi sĩ tiền chiến như Huy Cận, J. Leiba, Hàn Mặc Tử, Xuân Diệu, Nguyễn Bính, Lưu Trọng Lư và các nhà thơ đương thời như: Minh Đức Hoài Trinh, Kim Tuấn. Đa số là thơ của thân hữu của anh.

Với các nhà thơ tiền chiến, nhạc sĩ Hoàng Anh Lương chọn những bài thơ mà có lẽ chưa có nhạc sĩ nào phổ nhạc như: Chớm sang vị hè (Xuân Diệu), Đây mùa thu tới, Khi thu rụng lá (Lưu Trọng Lư), Nhớ mẹ năm lụt (Huy Cận), Nhớ một chiều thu (J. Leiba), Nhớ nhung, Sầu xuân (Hàn Mặc Tử)... Tuy nhiên, nhạc sĩ cũng có phổ nhạc vài bài thơ mà các nhạc sĩ khác đã phổ như: Hôn nhau lần cuối (Nguyễn Bính), Kiếp nào có yêu nhau (Minh Đức Hoài Trinh), Kim Tuấn (Chiều mưa bay)...

Nhân dịp này, tôi có trao đổi với nhạc sĩ Hoàng Anh Lương một vài ý kiến về việc phổ thơ thành ca khúc. Trước hết, một bài thơ có thể được nhiều nhạc sĩ phổ nhạc. Thí dụ: bài Đây thôn Vỹ Dạ của Hàn Mặc Tử đã do các nhạc sĩ Phạm Duy, Phạm Mạnh Cương, Võ Tá Hân phổ nhạc, bài Tiếng Thu của Lưu Trọng Lư đã do hai nhạc sĩ Lê Thương và Phạm Duy soạn thành ca khúc. Tháng sáu trời mưa (Nguyên Sa) do hai nhạc sĩ Ngô Thụy Miên và Hoàng Thanh Tâm cùng phổ... Mỗi nhạc sĩ đều có cảm hứng riêng cho cùng một bài thơ.

Tiếp đến, việc phổ nhạc một bài thơ tuy dễ mà khó. Dễ vì lời ca xem như đã có sẵn, nhạc sĩ chỉ cần tìm ý nhạc và điệu nhạc thích hợp để làm tăng giá trị của bài thơ như ta thường nói "Nhạc chắp cánh cho thơ". Điều cần thiết là ý nhạc không gượng gạo, phải mạch lạc, trôi chảy và các hợp âm được kết hợp đúng nhạc lý...

Ngoài ra, có một vài ngoại lệ như với một bài thơ quá dài, nhạc sĩ có thể dùng một số câu hay một vài đoạn chính để tạo thành ca khúc. Cũng có thể mượn ý chính của bài thơ để soạn thành ca khúc. Một đôi khi, nhạc sĩ thay đổi một số chữ của bài thơ cho thích hợp với dòng nhạc... Điều cần thiết là phái tôn trọng linh hồn của bài thơ.

Nhìn chung, ngoài một hai ca khúc dựa vào ý thơ, số còn lại đã được nhạc sĩ Hoàng Anh Lương phổ nguyên bài thơ, không sửa đổi một chữ nào của bài thơ. Nhạc sĩ Anh Lương đã cố gắng dìu ý nhạc của mình theo vần điệu hay luật bằng trắc của câu thơ, chứ không ép lời thơ theo ý nhạc. Nhạc sĩ Lương đã dùng nhiều thể điệu để phổ thơ: Slow, Slow Rock, Tango, Bolero.

Phạm Mạnh Cương

LÊ DINH
Đôi Lời Giới Thiệu

Hoàng Anh Lương không phải là một cái tên xa lạ đối với chúng ta vì anh đã viết nhạc từ trước năm 1975. Thuở ấy, trong chương trình Phát thanh Học đường do Trung tâm Học liệu, thuộc Bộ Quốc Gia Giáo dục đảm trách hàng tuần trên Đài Phát thanh Saigon, chúng ta thường nghe những bài nhạc thiếu nhi do Hoàng Anh Lương biên soạn. Những người phụ trách chương trình này là các nhạc sĩ Lê Thương, Hùng Lân, Trầm Tử Thiêng, Vĩnh Phan...

Hàng tuần, ở trong lớp học cũng như ở nhà, các thiếu nhi Việt Nam say mê theo dõi các buổi phát thanh này vì tính cách vừa học, vừa hát hay nói một cách khác, các em "hát mà học, hát mà chơi."

Âm nhạc dành cho lứa tuổi nhi đồng là một món ăn tinh thần cần thiết, không thể thiếu đối với các em. Bởi vậy, trước đây, chúng ta cũng đã có những nhạc sĩ có những sáng tác riêng biệt dành cho các em như Hùng Lân, Lê Thương, Lê Cao Phan, Tống Ngọc Hạp.

Nhưng rất tiếc phần đông những ca khúc dành cho thiếu nhi rất ít được phổ biến rộng rãi trên phương diện in ấn cho nên một số nhiều bài hát loại này đã bị mai một và một sớm một chiều đi vào quên lãng.

Ngày nay, ở hải ngoại, tập nhạc dành cho thiếu nhi thật cần thiết hơn bao giờ hết. Nhờ tập nhạc này, chẳng những qua các bài hát với âm điệu trong sáng, dễ thương, với lời ca dễ nhớ, dễ thuộc để các em rèn luyện tiếng Việt, mà đồng thời tập cho các em không quên những tập tục cổ truyền, những chuyện cổ tích để cao lòng hiếu thảo, các em khắc ghi trong lòng gương hy sinh cao cả của những bậc tiền nhân đã dày công dựng nước và giữ nước, thấm nhuần đạo lý của một nước Việt Nam có hơn 4000 năm văn hiến, qua những câu ca dao, những bài ngụ ngôn còn truyền tụng cho đến ngày nay.

Chúng tôi ước mong tập sách nhạc bài hát sinh hoạt tuổi thơ này của Hoàng Anh Lương sẽ đem đến cho mỗi gia đình Việt Nam ở hải ngoại những niềm vui và mỗi nhà cũng như mỗi cơ sở văn hóa giáo dục, mỗi thư viện Việt Nam đều có tập sách nhạc nhỏ này, để duy trì tiếng nói Việt Nam, văn hóa Việt Nam ở xứ người.

Lê Dinh
Montréal, Xuân Canh Dần (2010)

Nhạc
PHỔ THƠ

AI CHỜ AI MÙA THU

AI VỀ XỨ HUẾ

Thơ : Vô Tình
Nhạc : Hoàng Anh Lương

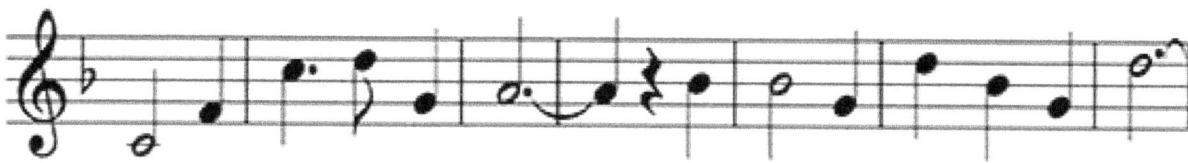

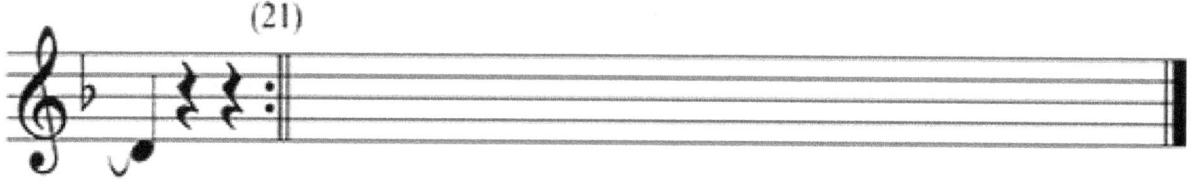

ANH ĐỪNG KHEN EM

ANH HỨA ĐI ANH

Ý thơ : Mai Đình
Nhạc : Hoàng Anh Lương

Em đã yêu anh đến dại người. Lòng em ngày tháng dễ nào nguôi. Yêu anh trên hết tình yêu mến. Và sẽ yêu anh suốt một đời. Em đã yêu anh lúc anh lâm chung. Mới thấy tình em yêu lạ lùng. Rải khắp bầu

BAO NĂM QUA

Thơ : J. Leiba
Nhạc: Anh Lương - Thiên Ân

Rumba Bolero

Mồng một vui xuân em ước mơ. Em mười lăm tuổi tính còn thơ. Anh em còn cãi nhau như trẻ. Em dỗi, anh nhìn dạ ngẩn ngơ. Mồng hai, anh lễ Tết nhà em. Em đứng nhìn anh, nấp bóng rèm. Mười sáu xuân rồi anh đã lớn. Yêu anh em biết nói gì hơn! Xuân nay, xuân trước cách bao rồi?

BÀI CA GIA ĐÌNH CỰU GIÁO CHỨC

Nhạc&Lời: Hoàng Anh Lương

Gặp nhau nơi đây mình thầy cô giáo xa nhà.
Ngày hôm nay đây họp thầy cô khắp nơi về.

Thân giao kết nhau xin đừng bao giờ cách xa.
Hân hoan đón nhau sau thời gian dài vắng xa.

Gặp nhau hôm nay mình thầy cô giáo ly hương.
Nguyện ra công xây dựng lại cho nước non ta,

Ôi vui xiết bao khôn lường. Nhớ đừng quên rằng
cho dân khắp nơi an hòa. Nhớ đừng quên thầy
Nhớ đừng quên người

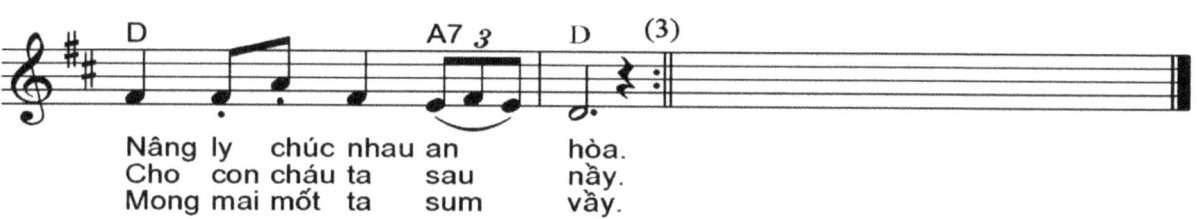

BIẾT EM THUỞ MƯỜI LĂM (I)

Thơ: Dương Kiền (1939)
Nhạc: Anh Lương - Thiên Ân

BÓI VUI ĐẦU NĂM

(Ca Dao Việt Nam)

Nhạc: Hoàng Anh Lương

BÓNG MỜ

Thơ: Ng.t.Thanh Nhã (1937)
Nhạc: AnhLương-ThiênÂn

CHÈO GHE BÊN SÔNG

Ca Dao V.N
Nhạc: Hoàng Anh Lương

Chèo ghe đi bẻ búp bần. Chèo lại cây bần hái trái bần

ăn. Chèo ghe bẻ bắp bên sông. Bắp chưa có trái bẻ bông chèo về. Chèo

về gặp mt thằng hề. Xin ba trái bắp đem về cho con. Tang

tang tang tính tang tang tình. Tang tang tang tính tang tang tình. Tang

tang tang tính tang tang tình. Tang tình tang tính tính tang tang.

CHIỀU MƯA BAY

Thơ: Kim Tuấn
Nhạc: Anh Luong - Thiên An

Sân ga chiều mưa bay. Nhìn em không dám nói. Tình riêng dìu nhau sầu. Cầm tay em giá lạnh. Sân ga chiều mưa mau. Trời không thương hai đứa. Mưa giăng mờ chuyến tàu. Làm sao còn thấy nhau. Tàu đi tàu đi người ở lại. Buồn rưng rưng phương nầy. Tàu đi tàu đi sầu để lại. Ga nhỏ còn mưa bay. Sân ga còn mưa lâu. Mưa sao bằng nước mắt. Chiều đưa em lên tàu.. Giờ đâu còn thấy nhau.

CHO MỘT NGƯỜI

Thơ : Anh Ngọc (1943)
Nhạc: Anh Lương - Thiên Ân

♩=70
Rumba Bolero

Tiễn người ra cửa rồi. Tôi quay vào lặng lẽ. Tiễn người ra cửa rồi. Tôi cảm thấy cô đơn. Khi người không yêu ta. Buồn đã đành một lẽ. Khi ta không yêu người. Sao cũng buồn đến thế. Như đánh mất điều gì. Lòng bâng khuâng khó tả. Như thể mắc nợ ai. Món nợ không thể trả. Bởi đơn giản thế thôi. Biết làm sao nói được. Khi người thì yêu tôi. Còn tôi yêu người khác.

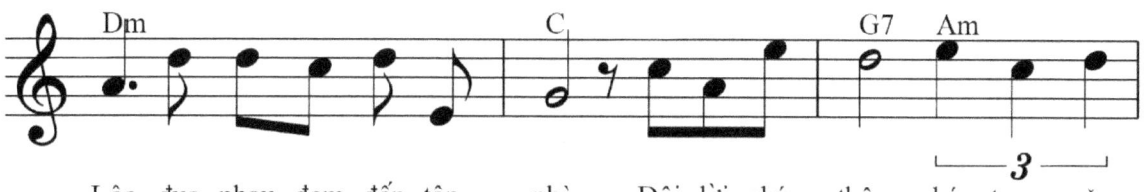

CÔ HÁI MƠ

Thơ : Nguyễn Bính
Nhạc : Hoàng Anh Lương

Thơ thẩn rừng chiều một khách thơ. Say nhìn xa rặng núi xanh mờ. Khí trời trong sáng và êm ái. Thấp thoáng rừng mơ cô hái mơ. Hỡi cô con gái hái mơ già. Cô chửa về ư đường còn xa. Mà ánh chiều hôm dần sắp tắt. Hay cô ở lại về cùng ta. Nhà ta ở dưới gốc cây

dương. Cách động Hương Sơn nửa dặm đường. Có

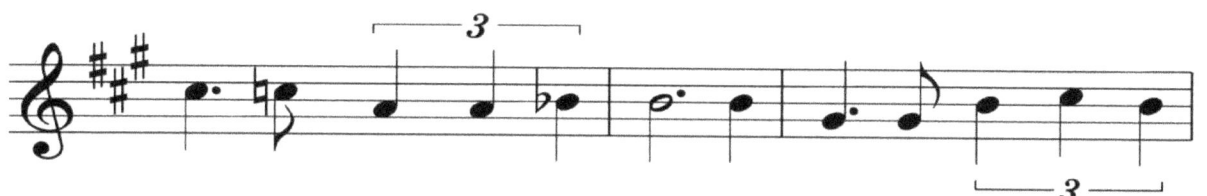

suối nước trong tuôn róc rách. Có hoa bên suối ngát đưa

hương. Hỡi cô con gái hái mơ ơi. Không

trả lời nhau lấy một lời. Mà cứ lặng đi rồi khuất

bóng. Rừng mơ hiu hắt lá mơ rơi.

DÂN VIỆT OAI HÙNG

-Nguyễn Ngọc Quan
-Hoàng Anh Lương-

(Hùng mạnh)

-Lê Lợi, Quang Trung xây giang sơn lo chống quân thù.
-Dân Việt Nam ta qua bao phen chiến đấu không ngừng.
-Dân Việt Nam ta không nhơ danh con cháu Tiên Rồng.
-Hơn ngàn năm qua quân dân ta lo đánh quân Tàu.

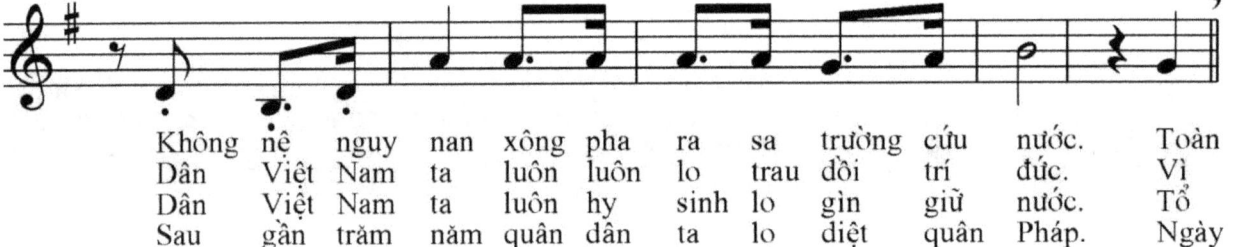

Không nề nguy nan xông pha ra sa trường cứu nước. Toàn
Dân Việt Nam ta luôn luôn lo trau dồi trí đức. Vì
Dân Việt Nam ta luôn hy sinh lo gìn giữ nước. Tổ
Sau gần trăm năm quân dân ta lo diệt quân Pháp. Ngày

dân ta hy sinh cương quyết đem thân nam nhi ra gắng
tương lai quê hương. Ta quyết tâm ra biên cương ngăn chống
tiên ta hiên ngang đem máu xương xây giang san. Nay chúng
mai non sông ta tươi sáng hơn, vinh quang hơn. Dân chúng

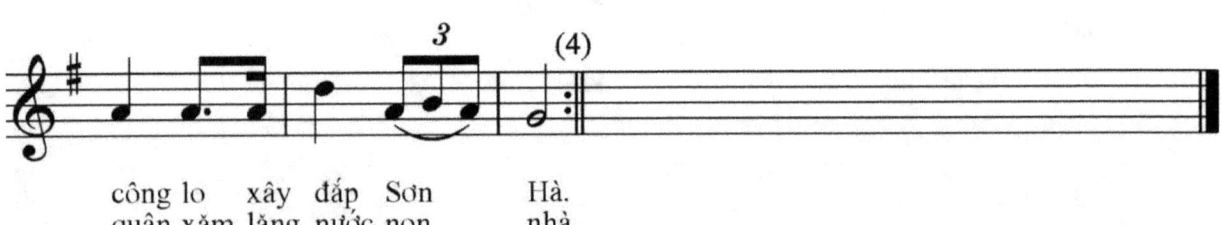

công lo xây đắp Sơn   Hà.
quân xăm lăng nước non nhà.
ta yên vui sống an   lành.
ta luôn vui sống thanh bình.

ĐÂY MÙA THU TỚI

Thơ : Lưu Trọng Lư
Nhạc: Anh Lương - Thiên Ân

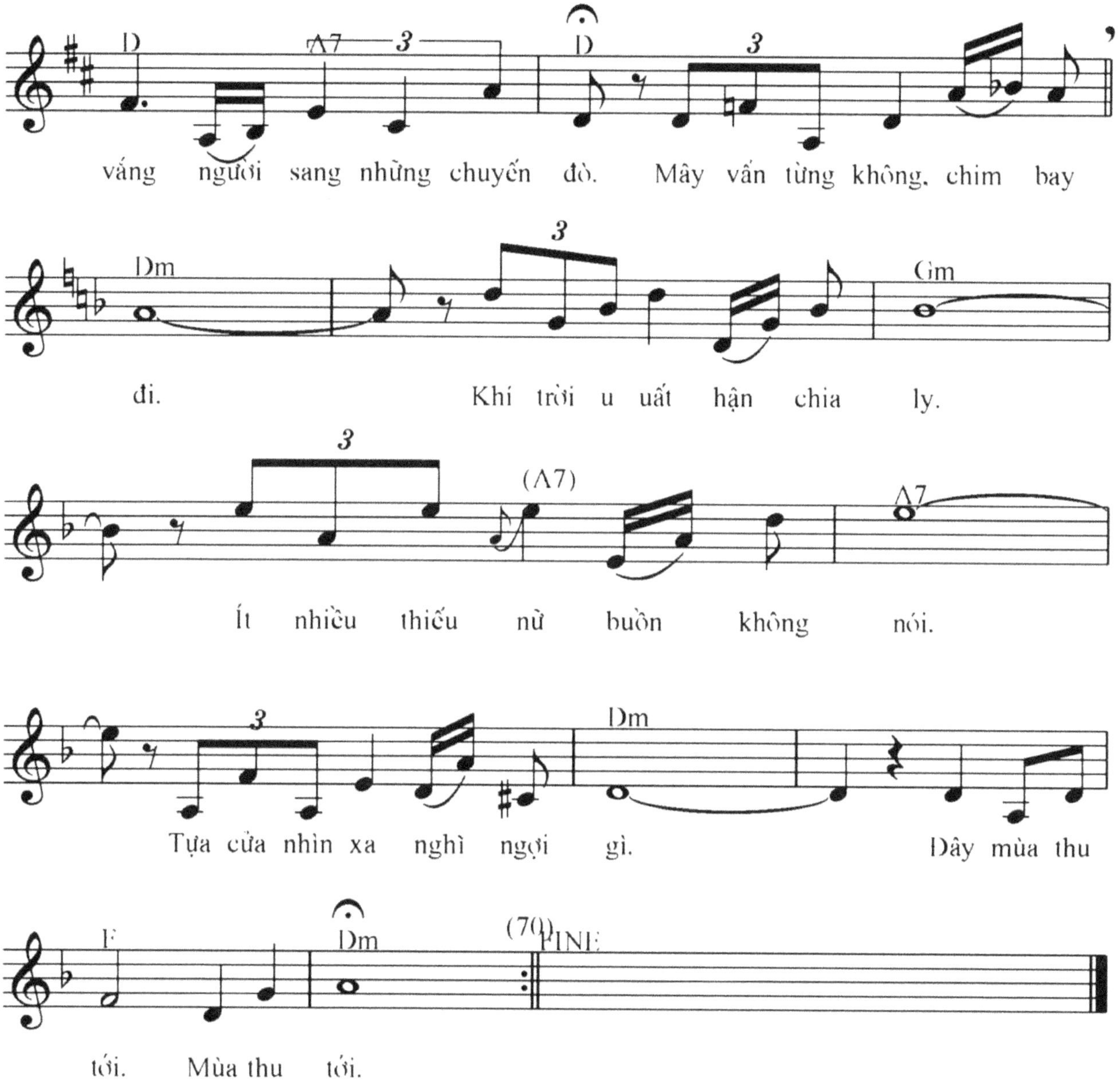

vắng người sang những chuyến đò. Mây vẫn từng không, chim bay

di. Khí trời u uất hận chia ly.

Ít nhiều thiếu nữ buồn không nói.

Tựa cửa nhìn xa nghĩ ngợi gì. Đây mùa thu

tới. Mùa thu tới.

ĐÊM BUỒN

(Ca Dao V.N.) - Nhạc: Hoàng Anh Lương -
♩=75 -Chậm Buồn-

ĐÊM MƯA NHỚ BẠN

Thơ: Hương Thủy
Nhạc: Anh Lương - Thiên Ân

DỌC ĐƯỜNG

Thơ : Thế Viên
Nhạc : Hoàng Anh Lương

ĐÔI BỜ

Thơ: Quang Dũng (1921)
Nhạc: Anh Lương - Thiên Ân

♩=110
Rumba-Bolero

Thương nhớ ơ hờ, thương nhớ ai? Sông xa từng lớp lớp mưa dài. Mắt kia em có sầu cô quạnh. Khi chớm thu về một sớm mai? Rét mướt mùa sau chừng sắp ngự. Bên này em có nhớ bên kia? Giăng giăng mưa bụi qua phòng tuyến Quạnh vắng chiều sông lạnh bên Tê. Khói

ĐÔI NGẢ

Vô Tình
Nhạc : Hoàng Anh Lương

Ai về xứ Huế cho tôi nhắn. Em gái tôi xưa bỏ tóc thề. Vành nón nghiêng nghiêng tà áo trắng. Cho tôi ngơ ngẩn trộm đê mê.

Anh qua Quốc Học em Đồng Khánh. Thừa Phủ, Văn Lâu bến đợi chờ. Hai đứa nhìn nhau trong nín lặng. Tình yêu năm tháng đến không ngờ.

ĐÔI TA

Thơ: Cao Quảng Văn
Nhạc: Anh Lương - Thiên Ân

Tuyển Tập Nhạc Hoàng Anh Lương | 61

EM ĐI CHỢ VỀ

Ý Thơ: Hoa Phương
Nhạc: Hoang Anh Lương-Thiên Ân

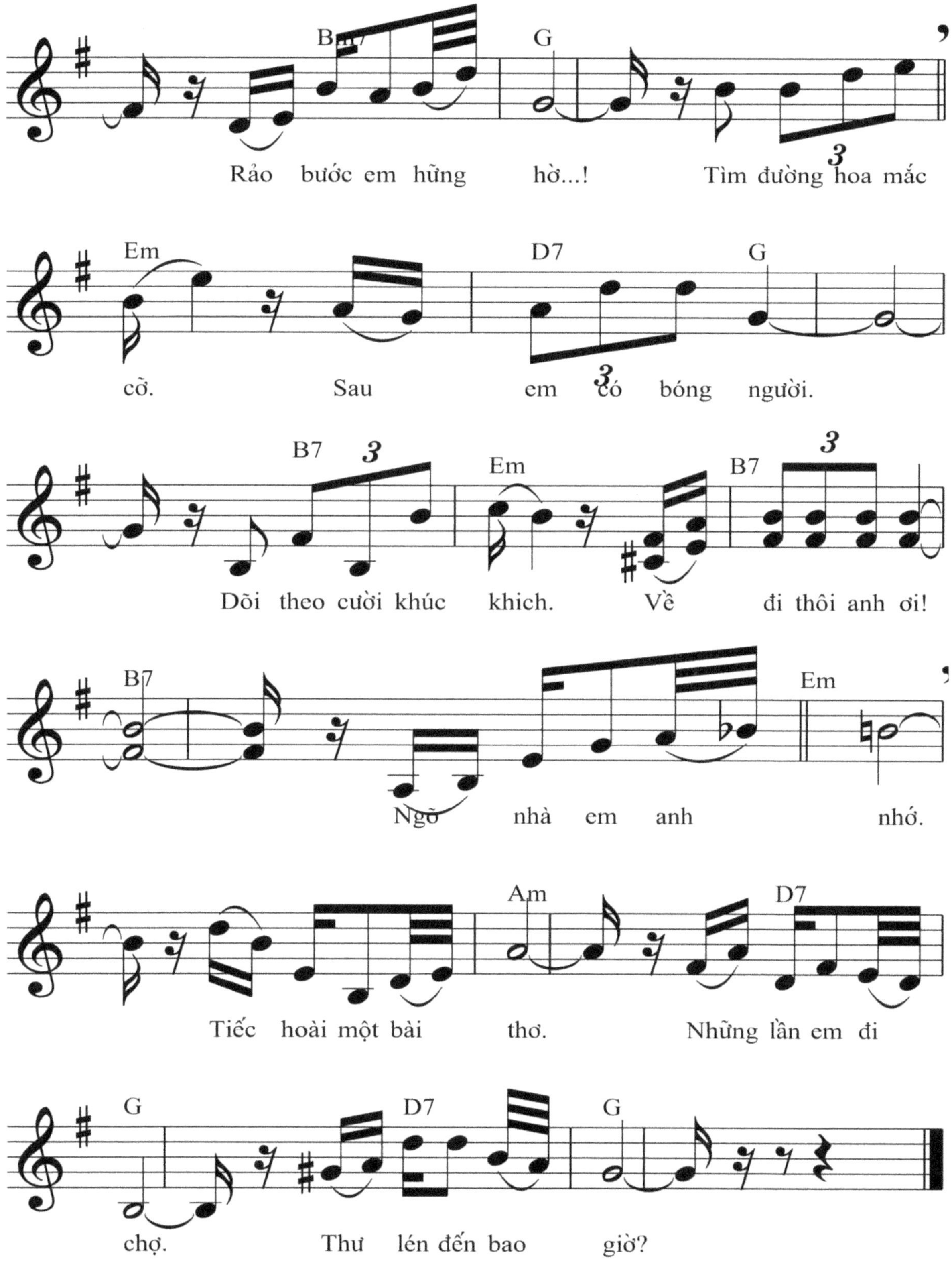
Bm7 G
Rảo bước em hững hờ...! Tìm đường hoa mắc
Em D7 G
cỡ. Sau em có bóng người.
B7 Em B7
Dõi theo cười khúc khich. Về đi thôi anh ơi!
B7 Em
Ngõ nhà em anh nhớ.
Am D7
Tiếc hoài một bài thơ. Những lần em đi
G D7 G
chợ. Thư lén đến bao giờ?

EM VẪN NHƯ NGÀY XƯA

Thơ: Trần Ngọc Thụ. 1934
Nhạc: Hoàng Anh Lương

EM VỀ NGANG PHỐ NHỎ

Nhạc: Hoàng Anh Lương
Thơ: Lê Vĩnh Cương

Em về ngang phố nhỏ Dịu dàng tà áo bay Nắng chiều ưng ửng đỏ Đôi má hồng thơ ngây Em về nghiêng phố nhỏ Ôm nghiêng cặp vở đầy Trời chiều hiu hiu gió Bềnh bông may trang bay Em về ngang phố nhỏ Bàn chân son vai gày Mang về bao nhung nhớ Tiếng tơ chùng đêm nay Em về ngang phố nhỏ Thời gian theo từng ngày Mà hồn anh cứ ngỡ Như chỉ là đêm nay

GẶP BẠN

(Nhạc Dạo) -HoàngAnhLương- Trúc Lan-

-Nhanh Vui-

Gặp nhau nơi đây mình người Việt xa nhà. Thân vui kết giao mong đừng khi nào cách xa. Gặp nhau hôm nay mình người Việt ly hương. Vui vui xiết bao khôn lường. Nhớ đừng quên rằng ta là người Việt Nam. Và

Gặp nhau nơi đây ngày họp mặt chan hòa. Vui vui xiết bao sau ngày ta lìa xứ ta. Ngày vui hôm nay mình trò chuyện hoan ca. Nâng ly chúc nhau an hòa. Nhớ đừng quên Việt Nam còn đồng bào ta. Và

GIÓ ĐÁNH GIÓ ĐẬP

(Tùy Ý) (Ca Dao V.N.) -N:Hoàng Anh Lương-

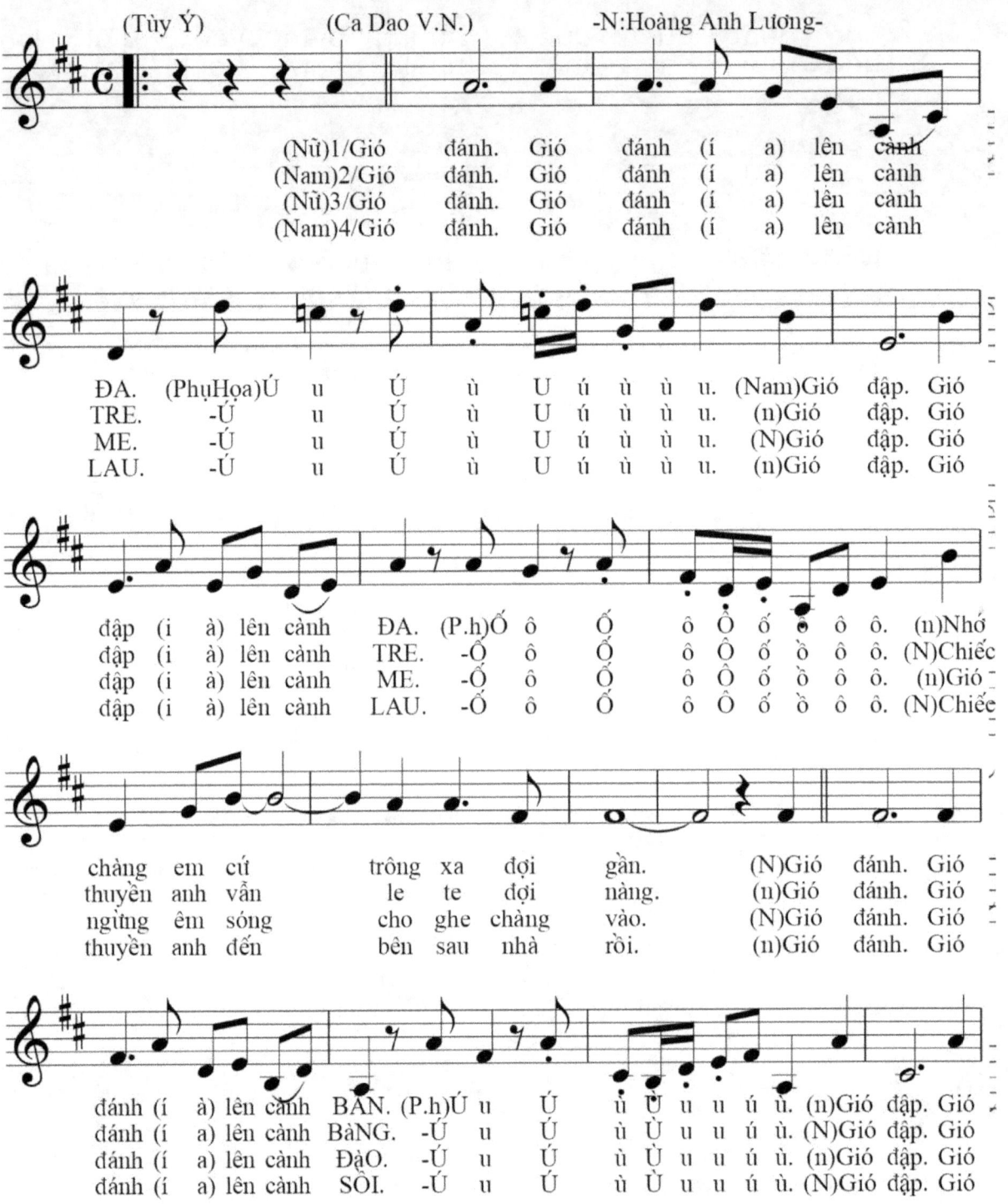

(Nữ)1/Gió đánh. Gió đánh (í a) lên cành
(Nam)2/Gió đánh. Gió đánh (í a) lên cành
(Nữ)3/Gió đánh. Gió đánh (í a) lên cành
(Nam)4/Gió đánh. Gió đánh (í a) lên cành

ĐA. (PhụHọa)Ú u Ú ù U ú ù ù u. (Nam)Gió đập. Gió
TRE. -Ú u Ú ù U ú ù ù u. (n)Gió đập. Gió
ME. -Ú u Ú ù U ú ù ù u. (N)Gió đập. Gió
LAU. -Ú u Ú ù U ú ù ù u. (n)Gió đập. Gió

đập (i à) lên cành ĐA. (P.h)Ố ô Ố ô Ồ ố ồ ô ô. (n)Nhớ
đập (i à) lên cành TRE. -Ố ô Ố ô Ồ ố ồ ô ô. (N)Chiếc
đập (i à) lên cành ME. -Ố ô Ố ô Ồ ố ồ ô ô. (n)Gió
đập (i à) lên cành LAU. -Ố ô Ố ô Ồ ố ồ ô ô. (N)Chiếc

chàng em cứ trông xa đợi gần. (N)Gió đánh. Gió
thuyền anh vẫn le te đợi nàng. (n)Gió đánh. Gió
ngừng êm sóng cho ghe chàng vào. (N)Gió đánh. Gió
thuyền anh đến bên sau nhà rồi. (n)Gió đánh. Gió

đánh (í à) lên cành BẦN. (P.h)Ú u Ú ù Ù u u ú ù. (n)Gió đập. Gió
đánh (í a) lên cành BÀNG. -Ú u Ú ù Ù u u ú ù. (N)Gió đập. Gió
đánh (í a) lên cành ĐÀO. -Ú u Ú ù Ù u u ú ù. (n)Gió đập. Gió
đánh (í a) lên cành SỒI. -Ú u Ú ù Ù u u ú ù. (N)Gió đập. Gió

GIÓ THU

Thơ: Nguyễn Xuân Sanh
Nhạc: Anh Lương - Thiên Ân

GIỌT TÌNH HỒNG

Thơ : Nguyễn Tiến Đạt
Nhạc : Anh Lương - Thiên Ân

HANG ĐÁ BÊ LEM

Lời : Linh Mục Nguyễn Hựng Lợi
Nhạc : Anh Lương - Thiên Ân

HÀNH KHÚC TÌM TỰ DO

- BA LÍT -

Tiếng kêu than đều khắp miền Nam tôi(ta). Ôi Tự Do từ đây không còn rồi.

Xích, xiềng, gông, trại tù giăng giăng khắp lối. Muốn Tự Do ta ch

lối đường vượt biên. Tiếng rên la vì đói vì đòn roi. Bao tù nhân giờ

đây thân gầy còi. Quyết làm theo điều cha khuyên cha nhắn đó. Hãy vùng

lên ta giành lấy lại Tự Do. Hãy vùng lên ta giành lấy lại Tự Do.

Hãy vùng lên ta giành lấy lại Tự Do.

HAI MÙA THU ĐÀ LẠT

Thơ: Lệ Khánh
N: Hoàng Anh Lương

Chờ anh về thỏa lòng nhung nhớ.

HÀNH TRÌNH VỀ PHƯƠNG NAM

-Hoàng Anh Lương - ĐỒNG DAO

HẸN VỀ VỚI HUẾ

Thơ : Tần Hoài Dạ Vũ
Nhạc: Anh Lương - Thiên Ân

Anh sẽ về một sớm mùa Thu. Sông Hương còn trắng những sương mù. Áo em trắng nhịp cầu thương nhớ. Bóng ngả lòng anh câu hát ru. Anh sẽ giong thuyền trên nước xanh. Chở trăng Gia Hội vào Nội Thành. Soi nghiêng mái tóc thề Tôn Nữ. Thiếp giữa một vùng hương mỏng manh. Anh sẽ hôn lên vầng trán em. Tuổi ngây thơ ngủ đó êm đềm. Môi em anh gọi là hoa đỏ. Sẽ nở trong lòng sau mỗi đêm. Chờ anh về thăm nhé Huế ơi! Đường xa nhưng không thể sai lời. Chiều nay nắng trở trong lòng mắt. Con nước linh hồn không muốn trôi.

KHI THU RỤNG LÁ

Thơ : Lưu Trọng Lư
Nhạc : Hoàng Anh Lương

Em có bao giờ nói với anh. Những câu tình tứ thuở ngày xanh. Khi thu rụng lá bên hè vắng. Tiếng sáo ngân nga vẳng trước mành. Em có bao giờ nghĩ tới anh. Khi tay vịn rũ lá trên cành. Cười chim cợt gió nào đâu biết. Chua chát lòng anh biết mấy tình. Lòng

KIẾP SAU

KỶ NIỆM BUỒN

Thơ: Nhất Tuấn
Nhạc: Anh Lương - Thiên Ân

trời.

LẶNG

LƯU LUYẾN

Thơ : Bảo Cường
Nhạc: Anh Lương - Thiên Ân

Ta đã quen em một chiều thu. Một ngày nắng nhẹ gió như ru.
Em ngồi bên cửa hong tà áo. Suối tóc buông dài thong thả đưa.
Suối tóc em xanh cả biển trời. Hương đồng gió nội tỏa muôn nơi.
Dáng em tơ liễu bên hồ vắng, Thấp thoáng vầng trăng hiện cuối đồi.
Dịu hiền em đẹp sáng như gương. Như đóa hoa sen đẹp dịu thường. Giữa
chốn bụi trần không nhuốm sắc. Bốn mùa vẫn tỏa ngát hương
thơm. Mai sau dẫu đường đời cách trở. Vẫn nhớ về em của thuở nào.
Vẫn giữ chút tình ngày gặp gỡ. Yêu người thương mãi đến ngàn sau.

LÝ CON MÈO VÀ CON CHUỘT

-Hoàng Anh Lương- Thu Hà-

MỖI MỘT CHIỀU THU

Thơ: Thần Liên Lê Văn Tất
Nhạc: Hoàng Anh Lương

Tôi đắp trong tim một nấm mồ. Khi buồn tôi tưới (viết) mấy vần thơ. Chiều chiều tôi đứng bên hiên vắng. Ngắm dẫy Trường Giang nước đục lờ. Tôi biết tình tôi đã lỡ rồi. Như dòng sông lạnh chảy làm đôi. Như con nhạn lẻ trong đêm vắng Buông giọng đau thương suốt một đời. Hồn mộng năm canh luyến điệu đờn. Tơ sầu vương vấn rối từng cơn. Thôi thôi! chớ nhắc làm chi nữa. Mộng dở dang rồi đâu cố nhân. Mỗi một chiều thu mỗi một chiều. Sao lòng tôi buồn nhớ người yêu. Lòng tôi hiu quạnh cô đơn quá! Bao lá vàng rơi sầu bấy nhiêu

(33)

FINE

MƯA CHIỀU NAY

Thơ : Hoàng Trúc Ly
Nhạc: AnhLương-ThiênÂn

MƯA HẠ

Thơ Yên Vũ   Hoàng Anh Lương - Thiên An

MÙA THU TRÔI

Thơ : Hải Bằng (1939)
Nhạc: Anh Lương - Thiên Ân

MÙA THU NHỚ

Ý thơ : Hà Thượng Nhân
Nhạc: Anh Lương - Thiên An

MƯA XUÂN

khuya. Hôm ấy mưa Xuân đã ngại bay. Hoa xoan đã nát dưới chân

giày. Hội chèo làng Đặng về ngang ngõ. Mẹ bảo: Mùa Xuân đã cạn

ngày. Anh ạ! Mùa Xuân đã cạn ngày. Bao giờ em mới gặp anh

đây. Bao giờ hội Đặng đi qua ngõ. Để mẹ em rằng: hát tối

nay.

MỖI MỘT CHIỀU THU

Thơ: Thần Liên Lê Văn Tất
Nhạc: Hoàng Anh Lương

Tôi đắp trong tim một nấm mồ. Khi buồn tôi tưới (viet) mấy vần thơ. Chiều chiều tôi đứng bên hiên vắng. Ngắm dẫy Trường Giang nước đục lờ. Tôi biết tình tôi đã lỡ rồi. Như dòng sông lạnh chảy làm đôi. Như con nhạn lẻ trong đêm vắng. Buông giọng đau thương suốt một đời. Hồn mộng năm canh luyến điệu đờn. Tơ sầu vương vấn rối từng cơn. Thôi thôi! chớ nhắc làm chi nữa. Mộng dở dang rồi đâu cố nhân. Mỗi một chiều thu mỗi một chiều. Sao lòng tôi buồn nhớ người yêu. Lòng tôi hiu quạnh cô đơn quá! Bao lá vàng rơi sầu bấy nhiêu.

(33)

FINE

MỘT MÙA ĐÔNG

MỘT NGÀY TA XA NHAU

Thơ: Như Đồng
Nhạc: Anh Lương - Thiên Ân

MÙA XUÂN CỦA ANH

Thơ : Đỗ Hồng Ngọc
Nhạc: Anh Lương - Thiên Ân

Tuyển Tập Nhạc Hoàng Anh Lương | 109

MÙA XUÂN QUA MAU

Thơ : Huỳnh Hữu Võ
Nhạc: Anh Lương - Thiên Ân

MỪNG YÊU

♩=120

Thơ: Nguyễn Văn Cốn
Nhạc: Anh Lương - Thiên Ân

MƯỜI NĂM NHỚ THƯƠNG

Thơ: Quang Dũng (1921)
Nhạc: Anh Lương - Thiên Ân

Rumba-Bolero ♩=110

Thiếu vắng mười năm em với ta. Mười năm mà ngỡ mới hôm qua. Em chưa chảy hết sầu trên tóc. Ta đã tan rồi mộng dưới hoa. Vẫn nhớ, vẫn thương mà cách trở. Dẫu cười, dẫu khóc cũng chia xa. Con tim vô tội chưa ngừng đập. Thì chút tình xưa vẫn thiết tha. Biết mấy đêm rồi thức trắng đêm. Ta nằm trăn trở gọi tên em. Buồn con dế lẻ kêu ngoài giậu. Lặng bóng trăng khuya rụng trước thềm. Ta vẫn đắm hồn trong biển nhớ. Em đành quay mặt cuối trời quên. Chiêm bao cũng chẳng gần nhau được. Gối mộng còn vương sợi tóc mềm.

NĂM XƯA TÔI MẤT MẸ

Lời: Thiên Ân Sưu Tầm
Nhạc: Hoàng Anh Lương

Năm xưa tôi còn nhỏ. Mẹ con sống yêu đời. Thình lình ôi mẹ mất. Nay chịu sống lẻ loi. Năm xưa tôi còn nhỏ. Mẹ tôi đã qua đời. Lần đầu tiên tôi hiểu. Thân phận trẻ mồ côi. Quanh tôi ai cũng khóc. Im lặng một hồi lâu. Quanh tôi ai cũng khóc. Im lặng tôi sầu thôi. Để dòng nước mắt chảy. Là

NẮNG MỚI

Thơ : Nguyễn Vỹ
Nhạc: Anh Lương - Thiên Ân

Chậm đều
♩=80

Mỗi lần nắng mới hắt bên song. Lại khiến cho tôi tê tái

lòng. Cùng một nắng xưa đầy mộng ảnh. Mà

nay nắng nhuộm vẻ tiêu vong. Dưới bóng dâu xanh mát rợp

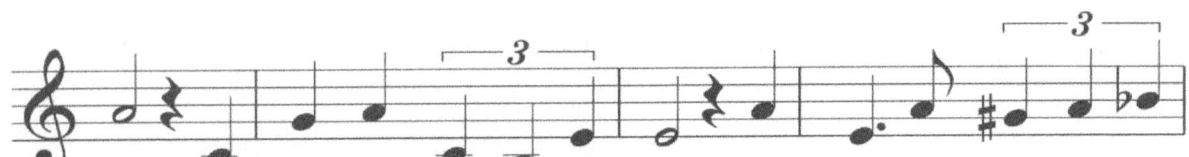
đồi. Nàng đi, nũng nịu, vịn vai tôi. Phương trời vô định xa thăm

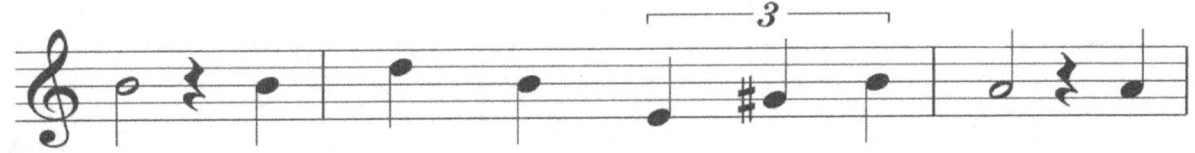
thẳm. Thăm thẳm phương trời... mộng ảnh trôi. Sóng

bể chưa hề cuốn ruộng đâu. Mà tình duyên ấy nay còn

đâu. Mỗi lần nắng mới reo ngoài nội. Lại gợi lòng

tôi biết mấy sầu. Mỗi lần nắng mới hắt bên song. Lại

khiến cho tôi tê tái lòng. Cùng một nắng xưa đầy mộng ảnh. Mà

nay nắng nhuộm vẻ tiêu vong.

NHỚ TRƯỜNG XƯA

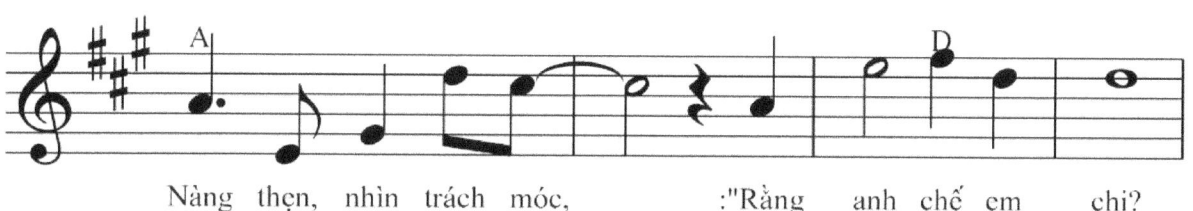
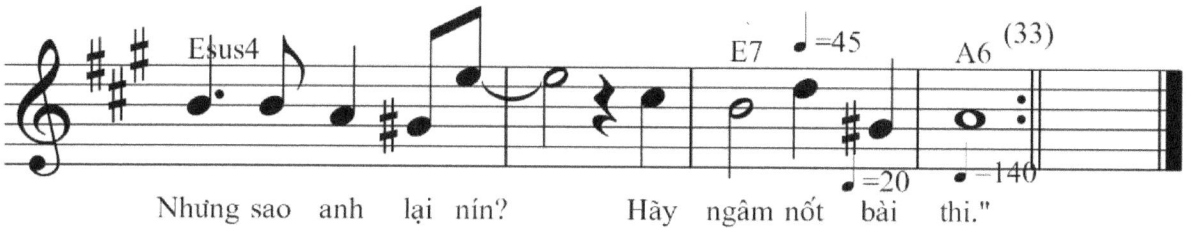

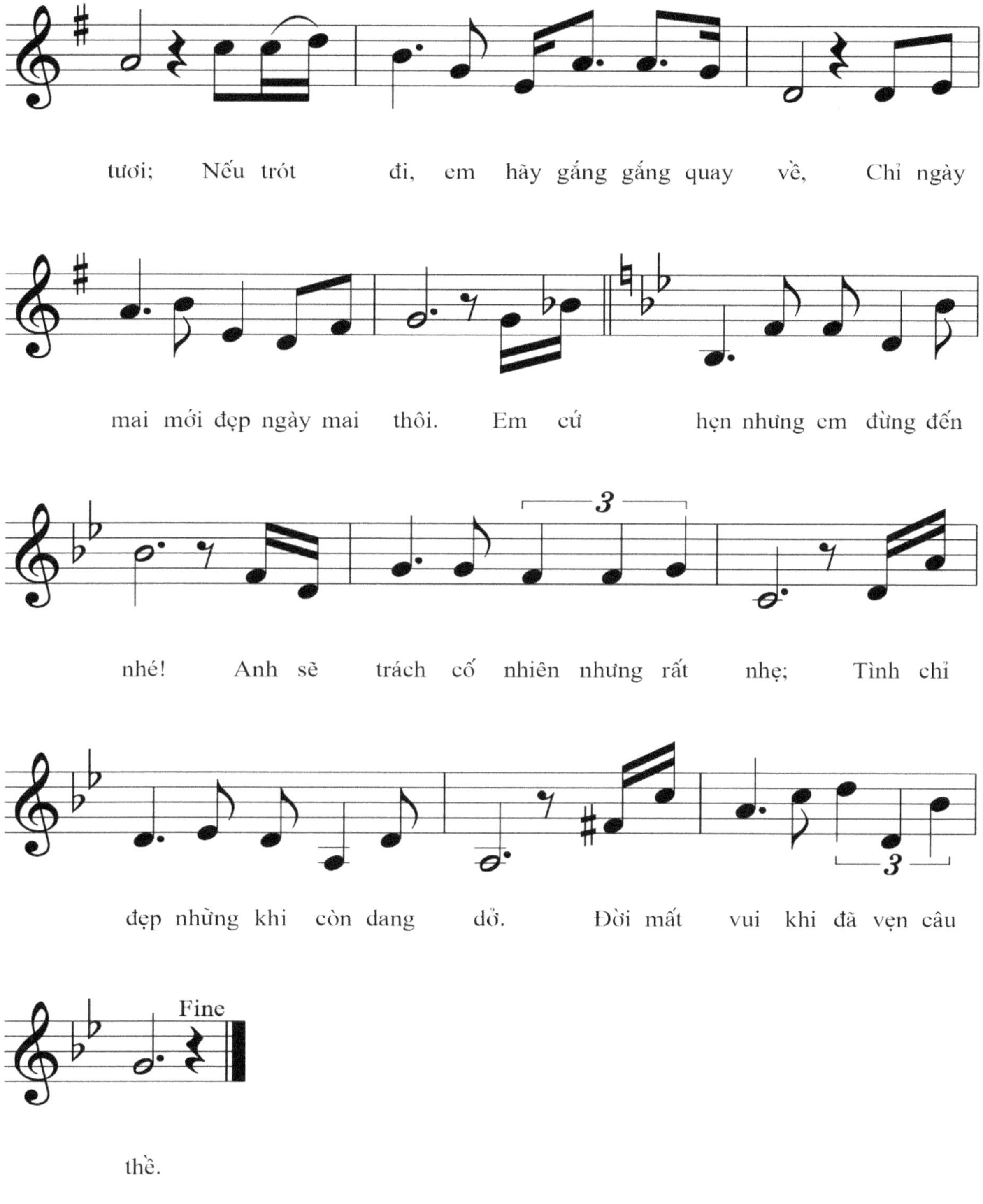
tươi; Nếu trót đi, em hãy gắng gắng quay về, Chỉ ngày
mai mới đẹp ngày mai thôi. Em cứ hẹn nhưng em đừng đến
3
nhé! Anh sẽ trách cố nhiên nhưng rất nhẹ; Tình chỉ
3
đẹp những khi còn dang dở. Đời mất vui khi đã vẹn câu
Fine
thề.

NHỮNG MÙA ĐÔNG ĐẾN

Thơ : Nguyễn Hồng Châu
Nhạc : Hoàng Anh Lương

NGÀY TÔI ĐI

Nhạc: Anh Lương - Thiên Ân
Thơ: Nguyễn Hải Bình

NGĂN CÁCH

Thơ Nguyễn Thị Tường Hoa (1942)
Nhạc: Hoàng Anh Lương

NGÀY ĐẦU TIÊN ĐI HỌC

NHỚ MẸ NĂM LỤT

Thơ: Huy Cân
Nhạc: Anh Lương - Thiên Ân

Năm ấy lụt to tận mái nhà. Mẹ con lên chạn. Bố đi xa.
Bốn bề nước réo, nghe ghê lạnh. Tay mẹ trùm con, tựa mẹ gà.
Mẹ cắn bầm môi sao cho khỏi khóc. Thương con lúc ấy biết nói gì hơn. Nước mà dâng cao nữa không bè thúng
Nếu chết trời ơi! mẹ ôm lấy con. Gọi với láng giềng, lời mẹ dặn. Xảy chi cứu giúp lấy con tôi! Tiếng dờn giữa nước mênh mông trắng. Đáp lại từ xa một tiếng "ời".

NHỚ MỘT CHIỀU THU

Ý thơ : J. L e i b a
Nhạc: Phan Trần - Anh Lương

Nhớ người thiếu phụ, nhớ yêu đương.

NHỚ NHUNG

Thơ : Hàn Mặc Tử
Nhạc : Hoàng Anh Lương

PHƯỢNG TÍM

Thơ: Hồ Đắc Thiếu Anh
Nhạc: Hoàng Anh Lương

Xứ lạ chiều mưa em nhớ anh. Thương hoa phượng tím lạnh trên cành. Ngắm làn mây tuyết loai hoai nhớ. Mùa phượng quê mình ấm nắng hanh. Nhớ Huế chiều nghiêng nón bài thơ. Bàn tay ngón nhỏ anh nắm hờ. Gió lùa tóc rối bay trong nón. Hồi

NHỚ VỀ ĐÀ LẠT

Lời: Huỳnh Hữu Võ
Nhạc: Anh Lương - Thiên Ân

THEO EM

♩=50
Tango

Thơ: Đoàn Vị Thượng
Nhạc: Anh Lương - Thiên Ân

Theo em từng bước chậm. Giả vờ ngó người ta. Ngó hàng cây ngó phố. Ngó vẩn vơ vậy mà. Nhưng dù em đến đâu. Mắt anh đều đoán trước. Còn nếu em quay đầu. Anh dừng bước lại lâu. Theo em đi suốt con đường. Lời yêu tôi ngậm buồn buồn trên môi. Theo em trăm buổi chiều

rồi. Cách nhau mấy bước mà vời vợi

xa. Cứ theo em thắp thỏm. Chiều nọ tiếp chiều

kia. Một hôm em biến mất. Anh đi hoài tới

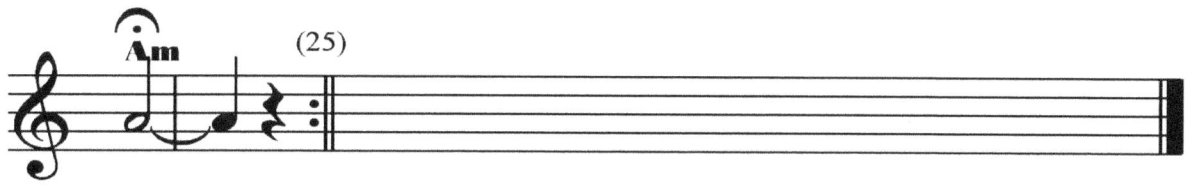

khuya...

THIẾT THA

Thơ : Nguyễn Đình Thứ
Nhạc : Anh Lương - Thiên Ân

Nhớ bữa ra đi anh dặn dò. Những là chờ đợi chớ buồn lo. Đừng đau em nhé! Thư luôn nhé. Không có phương trời anh héo khô. Nghe nói chao ôi! Xiết thảm sầu. Trăm nghìn những muốn chết theo nhau. Lệ không cầm nữa, tơ duyên tưởng. Vấn vít đôi ta đến bạc đầu. Cui cút ra vào em với em. Lời kia căn dặn dám sao quên. Ai dè anh bỏ em đành đoạn. Ôi lá hoa cùng trăng gió quên. Em có hay đâu có sự này. Nửa chừng nửa đồi chịu chua cay. Tình anh như nắng thu đông ấy. Lưu luyến nhân gian chả mấy ngày. Chắc hẳn anh chừ đã lửng nhau. Vui bề gia thất ấm êm sao? Tình cờ nếu gặp em đâu đó. Không biết lòng anh nghĩ thế nào.

TÌNH LẶNG

Thơ : Lê Hoàng Anh (1958)
Nhạc: AnhLương-ThiênÂn

Có hai người bạn thân. Quen nhau từ lâu lắm.
Chàng trai yêu cô gái. Nhưng không giám ngỏ lời.
Một hôm trên dốc cao. Thì thào trong gió thoảng
Chàng trai khe khẽ nói: Em ơi, anh yêu em.
Vì đứng ngay đầu gió. Cô gái chẳng nghe thấy.
Chàng trai cùng ngập ngừng. Không nhắc lại câu nói. Rồi thời gian cứ
trôi. Cô gái đi lấy chồng. Chàng trai buồn im lặng. Họ vẫn là bạn
thôi.

Việt Nam Quê Hương Ta

Nhạc: Hoàng Anh Lương
Lời: Trúc Lan

Việt Nam là đất nước của chúng ta. Chúng
Việt Nam là đất nước của chúng tôi. Chúng

ta không quên được nước non nhà. Việt
tôi không quên được nước non mình. Việt

Nam là đất nước của chúng ta. Chúng
Nam là đất nước của chúng tôi. Chúng

ta luôn tự hào nước ta. Việt
tôi luôn tự hào nước tôi. Việt

Nam có bốn ngàn năm văn hiến. Người
Nam có bốn ngàn năm văn hiến. Người

Việt Nam là con Rồng cháu Tiên. Việt
Việt Nam là con Rồng cháu Tiên. Việt

VUI HỌP BẠN

Nhạc: HoàngAnhLương
Lời: Thu Hà

-Nhanh Vui-

Gặp nhau nơi đây mình người Việt xa nhà. Ta vui kết giao mong đừng khi nào cách xa.
Gặp nhau nơi đây ngày họp mặt chan hòa. Vui vui xiết bao sau ngày ta lìa xứ ta.

Gặp nhau hôm nay mình người Việt ly hương.
Ngày vui hôm nay mình trò chuyện hoan ca.

Ta vui xiết bao khôn lường. Nhớ đừng quên rằng
Nâng ly chúc nhau an hòa. Nhớ đừng quên Mẹ

ta là người Việt Nam. Và nhớ đừng quên quê
cha cùng đồng bào ta. Và nhớ bạn thân, anh

hương thân yêu Việt Nam. Ngày vui qua mau mình hẹn
em đang trông chờ ta. Cuộc vui hôm nay nào được

gặp sau nầy. Tuy ta cách xa nhưng lòng ta nào cách xa.
trọn lâu dài. Năm châu cách xa nhưng tình ta nào cách xa.

Ngày vui hôm nay mình đành tạm chia tay.
Gặp nhau hôm nay giờ mình tạm chia tay.

Mong mai mốt ta sum vầy.
Mong mai mốt ta sum vầy.

Mong mai mốt ta sum vầy.
Mong mai mốt ta sum vầy.

VỀ THĂM MŨI NÉ

VẠN LÝ TÌNH

Thơ: Huy Cận
Nhạc: Hoàng Anh Lương

Người ở bên trời ta ở đây. Chờ mong phương nọ ngóng phương nầy. Tương tư đôi chốn tình ngàn dặm. Vạn lý sầu lên núi tiếp mây. Người ở nơi nào nay có hay. Người thấu chăng ta nhớ bên nầy. Xa xôi không biết (Còn; ngày) những gặp lại. Vạn nỗi sầu theo với bóng ai. Nắng nắng đã xế về, về rồi bên phía bạn. Chiều mưa trên bãi, nước sông đầy. Trông trông về bốn phía ôi nhớ không nguôi nhớ. Dơi động hoàng hôn thấp thoáng bay. Người ở bên trời ta ở đây. Chờ trông trông chờ nhớ vơi ngày. Chăn đôi không ấm người nằm một. Quạnh quê chiều hôm biết gối tay.

Nhạc
THIẾU NHI
&
Nhạc
CỘNG ĐỒNG

BÉ NGOAN ĐI HỌC

♩=150 Vui tươi
H. Anh Lương — Nguyễn ngọc Quan

Mặt trời lên. Nắng đã lên. Nhưng cỏ cây xanh còn đượm màu sương. Mặt trời lên. Nắng đã lên. Mau chúng ta lo đi nhanh đến trường Đường tuy xa chớ lo ra. Ngang ngả ba(tư) ta nên tạm dừng chân. Nhìn xa xa, thấy xa xa. Không có xe ta mới băng qua đàn. Mau ta lo đi đi đi nhanh đến trường. Dù dường còn xa đường xa ta nào sá. Mau ta lo đi đi đi nhanh đến trường. Thầy cùng cô ta, các bạn đang chờ ta. Ngàn thông reo. Gió vi veo. Chim líu lo muôn nơi cùng hòa theo. Trường em bên suối trong veo. Lơ lửng treo cheo leo ngang phía đèo: Thầy cô khen. Má Ba khen. Khen nói em sao ngoan thật là ngoan. Chị em khen. Các anh khen. Khen nói em chưa có ai ngoan bằng...

CHƠI CHUYỀN BANH

-Hoàng Anh Lương-TrúcLan-

♩=140 Vui hoạt

Nào cùng ngồi thành hình vòng tròn quanh đây. Chúng ta cùng đưa chuyền tay nhau quả Banh nầy. Nào cùng chuyền một chiều đều liền nhanh tay. Chúng ta chuyền cho thật là khéo và thật hay... Nầy quả Banh đây. Xin bạn hãy cầm lẹ lên tay ngay. Rồi bạn trao nhanh Banh nầy cho bạn ngồi cạnh bên ngay. Nếu để rớt Banh. Xin mời hai bạn cùng đi ra. Nếu rớt tiếp Banh. Xin mời hai bạn trở vô nhanh... Ngồi chờ đợi người bạn mình chuyền Banh sang. Chúng ta cùng nhau vỗ tay lên và múa đều. Ngồi chờ đợi người bạn mình chuyền Banh sang. Chúng ta cùng reo và cùng hát đều đều vang...

CHƠI KÉO DÂY

♩=140　(Cố gắng)　　-Hoàng Anh Lương-ThuHà-

Chia hai phe chúng ta kéo dây đua nè.

Mau chuẩn bị sợi dây to ra nhé.

Phe anh qua đứng sang phía bên vạch nầy.

Phe còn lại bọn tôi sang phía đây. Ráng kéo lên đi.

Cố sức lo trì. Bám ngón chân tì.

Đừng nên nản chí. Lấy sức chân tay. Cố nín hơi dài.

Kéo kéo cho tài. Phe mình thắng ngay...

CHƠI KÉO DÂY

- Hoàng Anh Lương - Thu Hà -

Tuyển Tập Nhạc Hoàng Anh Lương | 172

CHUỒN CHUỒN-CÀO CÀO VÀ BỌ RẦY

♩=135 (Kể chuyện)

-HoàngAnhLương-ThuHà-

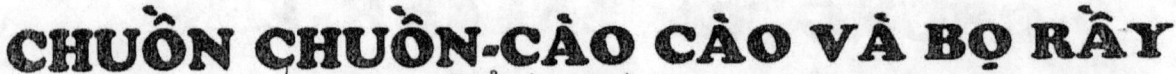

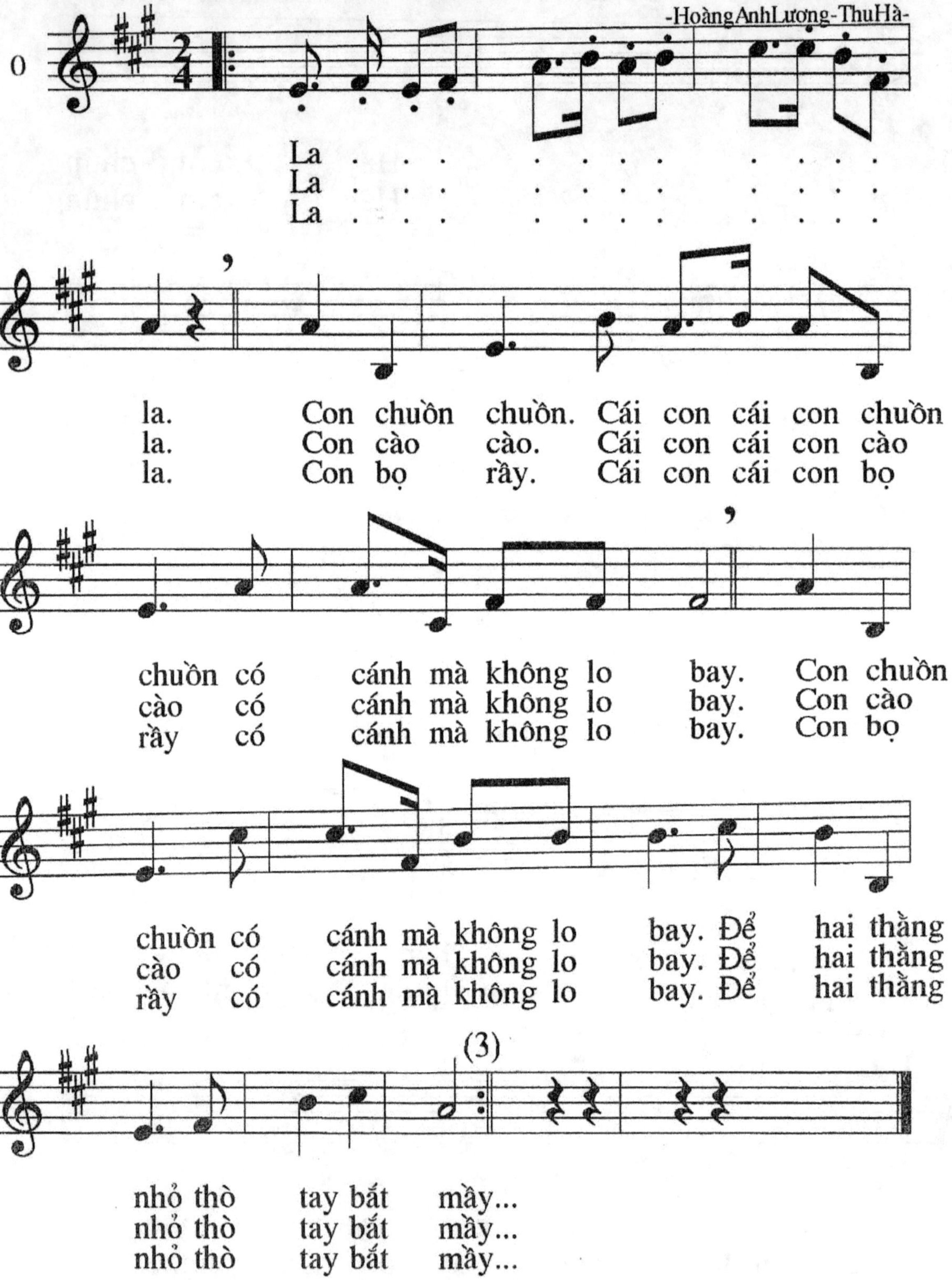

CON CHIM SÁO SẬU

♩=125 (Kể chuyện) - Hoàng Anh Lương -

Con chim Sáo Sậu là con chim Sáo Sậu. Ăn cơm nhà cậu lại uống nước nhà cô. Con chim Sáo Sậu đến uống nước nhà cô. Đánh vỡ bát ngô rồi bà cô phải đền...

CON CÓC NGỒI NGOÀI MIỆNG HANG

-HoàngAnhLương-ThuHà-

CON KIẾN KIỆN CỦ KHOAI

- Hoàng Anh Lương -

Con Kiến nầy. Mầy kiện Củ Khoai. Mầy chê tao khó, lấy ai làm giàu. Nhà tao nầy chín đụn, mười trâu. Lại thêm ao cá, có cầu rửa chân...

CON TRĂN TO

♩=140 (Vui hoạt)   Hoàng Anh Lương - Huy Trường

-Ra đây mà xem các bạn ơi.
-Ra đây mà xem các bạn ơi.
-Ra đây mà xem các bạn ơi.

Có con trăn mình sao ôi lớn dài. Ra
Có con trăn bò đi nhanh quá trời. Ra
Có con trăn rình lo săn bắt mồi. Ra

đây mà xem các bạn ơi. Trăn đang bò, nó
đây mà xem các bạn ơi. Trăn đang bò, nó
đây mà xem các bạn ơi. Ăn xong mồi nó

bò đi quá hay.
bò đi khắp nơi.
nằm yên đó thôi...

CỐ GẮNG HỌC
-Hoàng anh Lương - Trúc Lan-

DÂN LÀNG ĐÓN TẾT

HoàngAnhLương-ThuHà.

ĐỐ ĐÁP ĐÚNG

- HoàngAnhLương-ThuHà -

♩=110 (Vui Hoạt)

Đố ai nầy. Cá bống có mấy hang? Cá
Đố ai nầy. Cá lóc có mấy râu? Cá
Đố ai nầy. Rắn mối có mấy tai? Giống
Đố ai nầy. Rắn nước có mấy răng? Rắn
Đố ai nầy. Cá chốt có mấy mang? Cá

trê có mấy ngạnh? Tôm càng(hùm) có mấy chân? Đáp
thia(thia) có mấy kỳ? Con ruồi có mấy chân? Đáp
cua có mấy càng? Con còng có mấy chân? Đáp
trung có mấy đầu? Con rồng có mấy chân? Đáp
tra có mấy ngạnh? Cua đồng có mấy chân? Đáp

ngay rằng: Cá bống có hai hang. Cá trê có
ngay rằng: Cá lóc có hai râu. Cá thia(thia) có
ngay rằng: Rắn mối có hai tai. Giống cua có
ngay rằng: Rắn nước có hai răng. Rắn trung có
ngay rằng. Cá chốt có hai mang. Cá tra có

hai ngạnh. Tôm càng(hùm) có tám chân...
hai kỳ. Con ruồi có sáu chân...
hai càng. Con còng có tám chân...
hai đầu. Con rồng có sáu chân...
ba ngạnh. Cua đồng có tám chân...

ĐƯỜNG ĐẾN TRƯỜNG

♩=150 Hăng hái

Hoàng Anh Lương-Thu Hà

Đường đi đến trường còn xa lắm bạn ơi. Chúng ta bước nhanh cho đến nơi kịp thời. Chờ khi tới trường rồi ta sẽ nghỉ ngơi. Trong khi bước đi chớ dừng lại rong chơi. Nhanh nhanh chân chúng ta bước cho thật dài. Nhanh nhanh chân chúng ta bước đều hăng hái. Nhanh nhanh lên cô giáo đang ngóng trông chờ ta. Nhanh nhanh lên bao chúng bạn đang chờ đợi ta. Đường đi đến trường nhiều chim hót chào ta. Thấy nơi đám đông ta chớ nên la cà. Đường đi đến trường còn qua mấy ngã ba. Ta trông hết xe mới từ từ băng qua...

ĐƯỜNG ĐI KHÔNG KHÓ

Marche ♩=140　　　　　　　　　　　　　　　　　Hoàng Anh Lương - Anh Thiện

Đường đi tuy khó nhưng mà ta không lui bước. Đường đi tuy khó nhưng mà ta cố vượt lên. Đường đi tuy khó nhưng mà ta lo xa trước. Đường đi tuy khó nhưng nhờ chân bước cho bền. Đường đi khó. Nhưng không khó vì ngăn sông cách núi. Mà khó vì lòng người ngại núi e sông...

Đường đi tuy khó cho dù luôn mưa hay nắng. Đường đi tuy khó cho dù qua núi vượt sông. Đường đi tuy khó nhưng lòng ta không lo lắng. Đường đi tuy khó nhưng thề ta quyết một lòng. Đường đi khó nhưng không khó vì ngăn sông cách núi. Mà khó vì lòng người ngại núi e sông...

Đường đi tuy khó. Nhưng mà ta luôn kiên chí. Đường đi tuy khó. Nhưng mà ta chớ ngại chi. Đường đi tuy khó, Nhưng nhờ ta luôn nhanh trí. Đường đi tuy khó. Nhưng nhờ ta lắm kiên trì. Đường đi khó. Nhưng không khó vì ngăn sông cách núi. Mà khó vì lòng người ngại núi e sông...

HÁT BAI HAI BÁT

♩=150 (Vui hoạt)

-Hoàng Anh Lương-

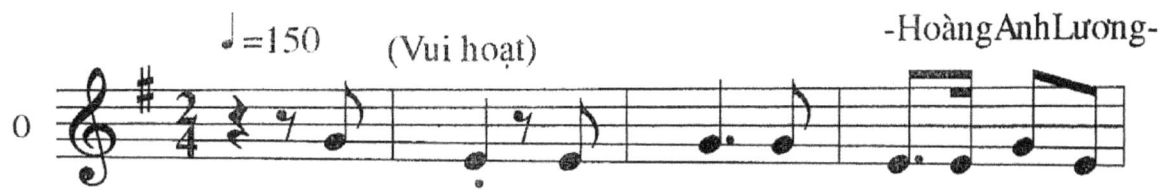

Hát bai hai bát. Hát bai hai bát không

no. Còn một còn một miếng chái, kéo co kéo co vỡ

nồi. Hát bai hai bát. Ta hát ta hát cho to. Ăn

thêm ăn thêm một bát, hát cho hát cho vui nhà... Nầy

bạn nầy bạn mình ơi. Mời bạn mời bạn cùng hát. Nầy

bạn nầy bạn mình ơi. Mời bạn mời bạn cùng xơi...

KIẾN TRONG NHÀ, CÁ DƯỚI AO

(Khôi hài) - Hoàng Anh Lương -

Con kiến này. Mây ở trong nhà. Tao đóng cửa lại. Mây chui ra đàng nào. Con cá này. Mây ở dưới ao. Tao tát nước vào. Mây lội chạy trốn đâu...

Lý Con Mèo & Con Chuột

Hoàng Anh Lương & Thu Hà

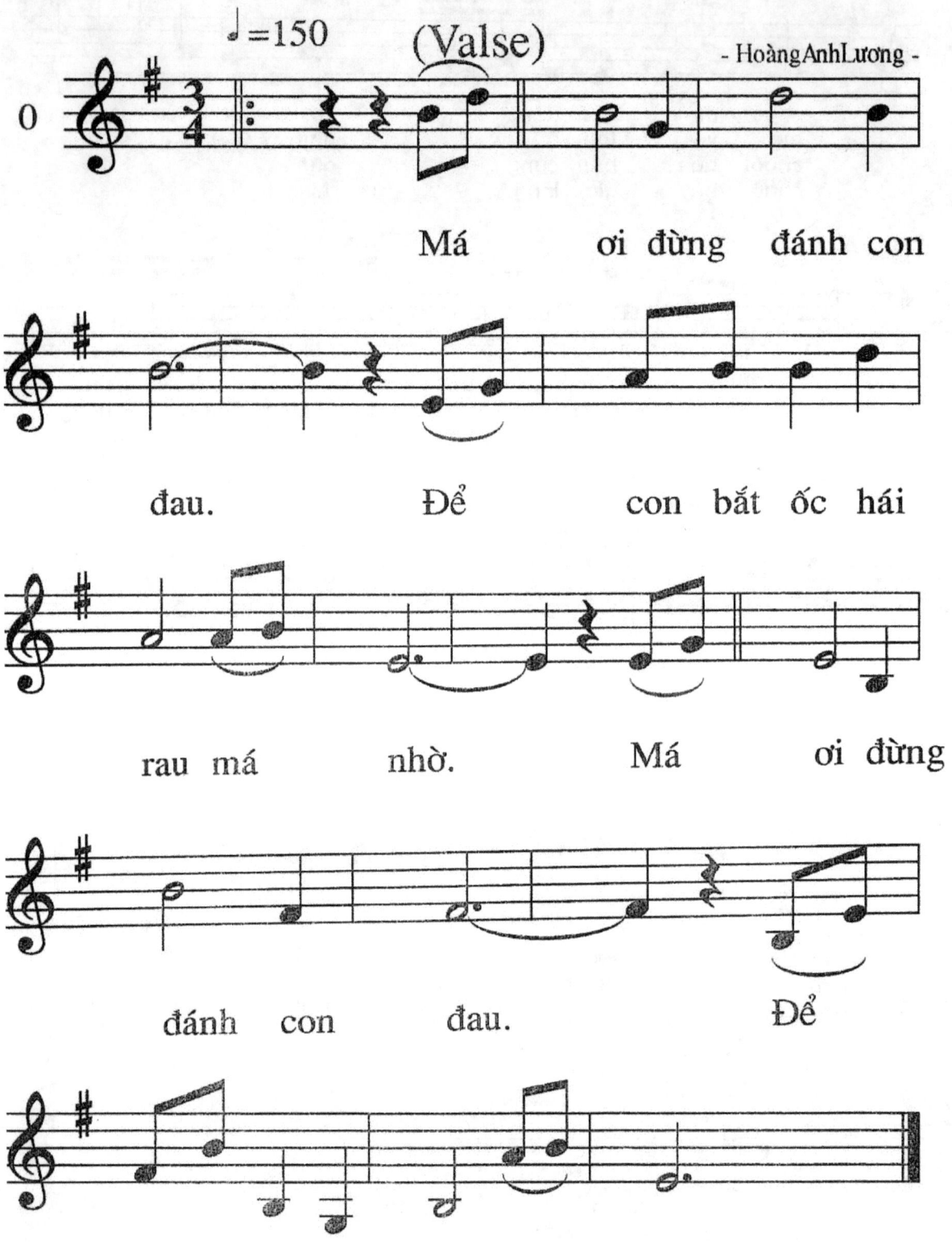

ÔNG TRỜI - ÔNG TRĂNG

- Hoàng Anh Lương -

Ông Trăng mà bảo ông Trời. Những người hạ giới là người như Tiên. Ông Trời mới bảo ông Trăng. Những người hạ giới mặt nhăn như tườu... Ông Trăng nầy. Ông Trăng xuống đây mà xem. Những người hạ giới đẹp nào bằng Tiên. Ông Trời ơi. Ông Trời xuống đây mà xem. Những người hạ giới mặt không như tườu(khỉ)...

QUẠ VUI VỚI BẠN

- Hoàng Anh Lương -

Chiều chiều con Quạ lợp nhà.
Chiều chiều con Quạ thổi kèn.

Con Cu chẻ lạt, con Gà đưa tranh
Con Cu đánh đờn, con Gà ngâm thơ.

Chèo Bẻo nấu cơm, nấu canh.
Chèo Bẻo bước ra múa ca.

Chìa Vôi đi chợ mua hành về
Chìa Vôi vui cười la cà ngồi

nêm... Tang tình tang tính tang
nghe... Tang tình tang tính tang

tang. Tang tình tang tính tang tang...
tang. Tang tình tang tính tang tang...

RĂNG TRONG RĂNG TRẮNG

♩=130 Duyên dáng

-Hoàng Anh Lương-Thu Hà-

Răng em này. Răng em luôn luôn trong trắng. Răng em này. Trong trắng như ngọc như ngà. Cười ra này. Cười ra miệng duyên xinh xắn. Nhờ em này. Nhờ em thường chà đánh răng... Sáng nào em cũng đánh răng. Đánh với bàn chải, đánh bằng kem thơm...

SẤU, RẮN, CÁO... ĂN CÒ

♩=135 Valse —Hoàng Anh Lương - Thu Hà—

Nhìn xem con SẤU thật to. Nhìn
Nhìn xem con RẮN thật to. Nhìn
Nhìn xem con CÁO thật to. Nhìn

xem con SẤU thật to. SẤU ta ăn xong con CÒ. Nhưng
xem con RẮN thật to. RẮN ta ăn xong con CÒ. Nhưng
xem con CÁO thật to. CÁO ta ăn xong con CÒ. Nhưng

bụng lại chẳng được no. SẤU nằm một mình co
bụng lại chẳng được no. RẮN nằm một mình co
bụng lại chẳng được no. CÁO nằm một mình co

ro. Đi tìm mồi thêm thấy khó. SẤU ta muốn đi bắt
ro. Đi tìm mồi thêm thấy khó. RẮN ta muốn đi bắt
ro. Đi tìm mồi thêm thấy khó. CÁO ta muốn đi bắt

(3)

CÒ. Nhưng nào tìm ra đàn CÒ...
CÒ. Nhưng nào tìm ra đàn CÒ...
CÒ. Nhưng nào tìm ra đàn CÒ...

THĂM VƯỜN THÚ

- Hoàng Anh Lương -

(Thích thú) ♩=120

Nào cùng nhau đi vô xem trong vườn sở thú thích lắm. Nhìn nhìn xa trong kia có rất nhiều con thú đang nằm. Kìa con gấu nó đang nhìn ta. Ô kìa con sấu nó đang bò ra. Bên hồ con rái nó đang lội qua. Với nhiều con thú vật nhà. Nào cùng đi vô sâu bên trong vườn sở thú mới biết, còn nhiều con anh em chờ có hề trông thấy bao giờ...

TRÂU ƠI TA BẢO TRÂU NẦY

♩=150   (Vui tươi)   - Hoàng Anh Lương -

Trâu   ơi   ta   bảo   trâu

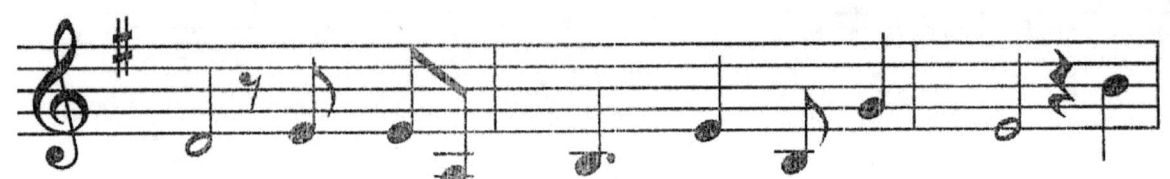

nầy. Trâu ra ngoài ruộng trâu cày với ta. Cấy

cày vốn nghiệp nông gia. Ta đây trâu

đấy ai mà quản công. Bao giờ lúa tốt đơm

bông. Thì còn ngọn cỏ ngoài đồng trâu ăn...

TRỜI MƯA THÌ MẶC TRỜI MƯA

♩=140 (Hăng hái) — HOÀNG ANH LƯƠNG

Trời mưa thì, thì mặc trời mưa. Nhưng chưa xong việc tôi chưa đi về. Trời mưa thì, thì mặc trời mưa. Tôi không có nón trời chừa tôi ra... Khi làm thì thua mẹ thua cha. Anh em một lứa ai mà thua ai. Trời mưa thì, thì mặc trời mưa. Nhưng chưa xong việc tôi chưa đi về...

VÀO ĐÂY NGHE

♩=140 (Vui hoạt) — Hoàng Anh Lương - Thu Hà -

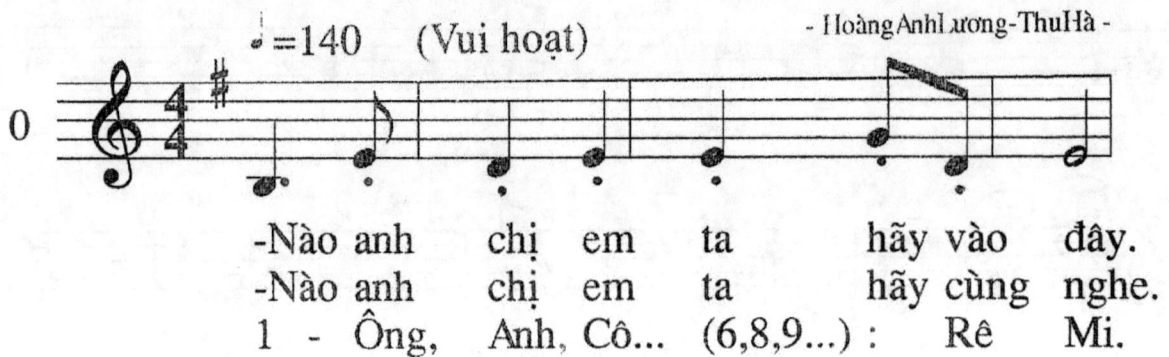

- Nào anh chị em ta hãy vào đây.
- Nào anh chị em ta hãy cùng nghe.
1 - Ông, Anh, Cô... (6,8,9...) : Rê Mi.

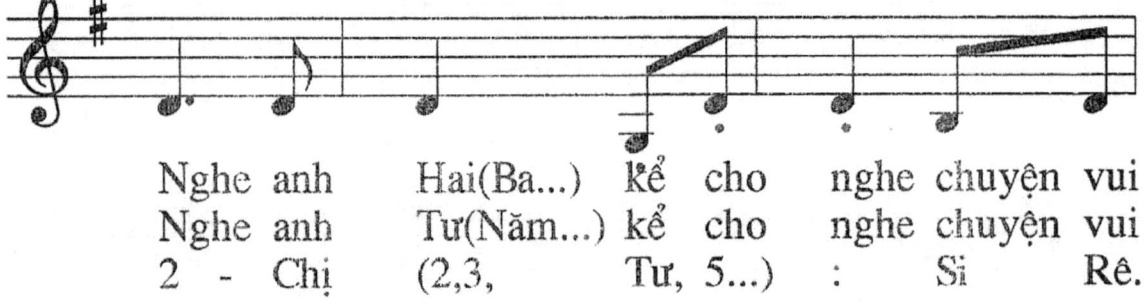

Nghe anh Hai(Ba...) kể cho nghe chuyện vui
Nghe anh Tư(Năm...) kể cho nghe chuyện vui
2 - Chị (2,3, Tư, 5...) : Si Rê.

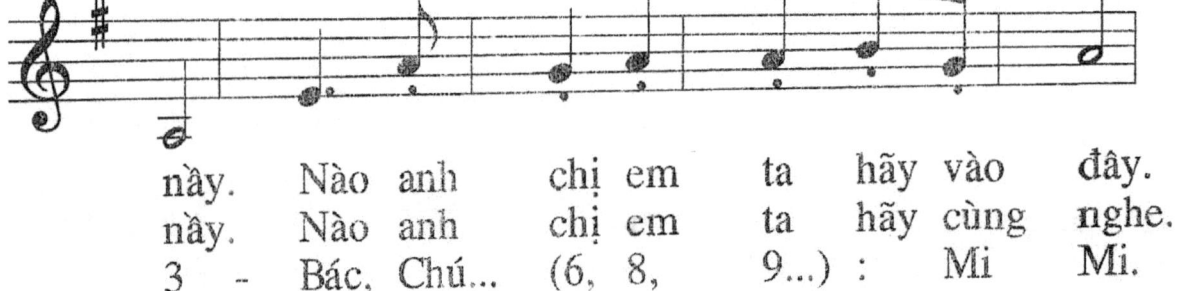

này. Nào anh chị em ta hãy vào đây.
này. Nào anh chị em ta hãy cùng nghe.
3 - Bác, Chú... (6, 8, 9...) : Mi Mi.

Nghe đi vì câu chuyện này rất hay...
Nghe xong rồi chúng mình cười vỗ tay...
4 - Bác, Chú... (2,3,Tư, 5...) : Mi Rê...

VỀ THĂM TRƯỜNG CŨ

-Hoàng Anh Lương - Thu Hà-

VỖ TAY ĐỀU

♩=145 (Vui hoạt) Hoàng Anh Lương - Thu Hà

Vỗ tay đều lên. Vỗ tay đều lên vang vang.
Vỗ tay đều lên. Vỗ tay đều lên to hơn.

Chúng ta cùng hát cùng múa ca cho nhịp nhàng.
Chúng ta cùng hát cùng múa ca theo nhịp đờn.

Vỗ tay đều lên. Vỗ tay đều anh em ơi.
Vỗ tay đều lên. Vỗ to vỗ cho nhanh tay.

Chúng ta cùng hát, cùng cười, cùng reo vui chơi...
Ước mong ngày khác mình gặp lại như hôm nay...

VUI CA BÊN LỬA HỒNG

Trần Hữu Đức - H. Anh Lương

VUI GẶP BẠN

(Thân ái) - Hoàng Anh Lương - Thu Hà

Gặp nhau nơi đây mình người Việt xa nhà. Thân vui kết nhau mong đừng khi nào cách xa. Gặp nhau hôm nay mình người Việt ly hương. Vui vui xiết bao khôn lường. Nhớ đừng quên đừng quên người bạn tôi ơi. Và nhớ mình quen mình quen nhau suốt đời. Nhớ đừng quên rằng ta là người Việt Nam. Và nhớ đừng quên quê hương ta Việt Nam. Ngày vui qua mau mình hẹn gặp sau nầy. Tuy ta cách xa nhưng lòng ta nào cách xa. Ngày vui hôm nay giờ mình tạm chia tay. Mai mai mốt ta sum vầy...

VUI MÚA TÌM BẠN

♩=110 (Vui Hoạt)

-Hoàng Anh Lương-Thu Hà-

Một, hai, ba. Chúng ta cùng chung vui múa ca. Bốn, năm, sáu. Chúng ta cùng ra múa với nhau. Bảy, tám, chín. Chúng ta múa theo trưởng đoàn mình. Mười, mười một, mười hai. Chúng ta múa cho đều đều tay...

Một, hai, ba. Chúng ta cùng chung vui múa ca. Bốn, năm, sáu. Chúng ta cùng ra múa với nhau. Bảy, tám, chín. Chúng ta múa đi tìm bạn mình. Mười, mười một, mười hai. Chúng ta múa không cần thật hay...

Một, hai, ba. Chúng ta cùng chung vui múa ca. Bốn, năm, sáu. Chúng ta cùng ra múa với nhau. Bảy, tám, chín. Chúng ta múa quanh bàn bạn mình. Mười, mười một, mười hai. Chúng ta đến bên bạn mình ngay...

VUI MỪNG ĐƯỢC GẶP BẠN

Hoàng Anh Lương - Thu Hà

- Vui mừng mình được gặp nhiều bạn mới quen trong hôm nay. Vui quá là vui. Chúng ta vui chơi hát ca trọn ngày. Vui mừng mình được gặp nhiều bạn mới quen trong hôm nay. Vui quá là vui. Chúng ta vui chơi luôn tới ngày mai...

- Vui mừng được gặp lại người bạn cố tri trong hôm nay. Vui quá là vui. Chúng ta vui chơi hát ca trọn ngày. Vui mừng được gặp lại người bạn cố tri trong hôm nay. Vui quá là vui. Chúng ta vui chơi luôn tới ngày mai...

www.ingramcontent.com/pod-product-compliance
Lightning Source LLC
LaVergne TN
LVHW081549060526
838201LV00054B/1829